Recipe:

Serving:                                          Prep Time:

Cook Time:                                        Temperature:

Ingredients:                                      Methods:

Wine Pairing:

From the Kitchen of:

Recipe:

Serving:                          Prep Time:

Cook Time:                        Temperature:

Ingredients:                      Methods:

Wine Pairing:

From the Kitchen of:

Recipe: _______________________________

Serving: _______________________     Prep Time: _______________________

Cook Time: _____________________     Temperature: _____________________

Ingredients:                          Methods:

_______________________________       _______________________________
_______________________________       _______________________________
_______________________________       _______________________________
_______________________________       _______________________________
_______________________________       _______________________________
_______________________________       _______________________________
_______________________________       _______________________________
_______________________________       _______________________________
_______________________________       _______________________________
_______________________________       _______________________________
_______________________________       _______________________________
_______________________________       _______________________________
_______________________________       _______________________________
_______________________________       _______________________________
_______________________________       _______________________________
_______________________________       _______________________________
_______________________________       _______________________________
_______________________________       _______________________________

Wine Pairing: __________________________________________

From the Kitchen of: ___________________________________

Recipe:

Serving:

Prep Time:

Cook Time:

Temperature:

Ingredients:

Methods:

Wine Pairing:

From the Kitchen of:

Recipe:

Serving:                              Prep Time:

Cook Time:                           Temperature:

Ingredients:                         Methods:

Wine Pairing:

From the Kitchen of:

Recipe:

Serving:                              Prep Time:

Cook Time:                           Temperature:

Ingredients:                         Methods:

Wine Pairing:

From the Kitchen of:

Recipe:

Serving:

Prep Time:

Cook Time:

Temperature:

Ingredients:

Methods:

Wine Pairing:

From the Kitchen of:

Recipe: _______________________

Serving: _______________    Prep Time: _______________

Cook Time: _______________    Temperature: _______________

Ingredients:    Methods:

_______________________    _______________________
_______________________    _______________________
_______________________    _______________________
_______________________    _______________________
_______________________    _______________________
_______________________    _______________________
_______________________    _______________________
_______________________    _______________________
_______________________    _______________________
_______________________    _______________________
_______________________    _______________________
_______________________    _______________________
_______________________    _______________________
_______________________    _______________________
_______________________    _______________________
_______________________    _______________________
_______________________    _______________________

Wine Pairing: _______________________

From the Kitchen of: _______________________

Recipe:

Serving:                                    Prep Time:

Cook Time:                                  Temperature:

Ingredients:                                Methods:

Wine Pairing:

From the Kitchen of:

Recipe:

Serving:

Prep Time:

Cook Time:

Temperature:

Ingredients:

Methods:

Wine Pairing:

From the Kitchen of:

Recipe: _______________________________

Serving: ___________________     Prep Time: ___________________

Cook Time: ___________________     Temperature: ___________________

Ingredients:

_______________________________
_______________________________
_______________________________
_______________________________
_______________________________
_______________________________
_______________________________
_______________________________
_______________________________
_______________________________
_______________________________
_______________________________
_______________________________
_______________________________
_______________________________
_______________________________
_______________________________
_______________________________

Methods:

_______________________________
_______________________________
_______________________________
_______________________________
_______________________________
_______________________________
_______________________________
_______________________________
_______________________________
_______________________________
_______________________________
_______________________________
_______________________________
_______________________________
_______________________________
_______________________________
_______________________________
_______________________________

Wine Pairing: _______________________________

From the Kitchen of: _______________________________

Recipe: ________________________________________

Serving: ______________________    Prep Time: ______________________

Cook Time: ____________________    Temperature: ___________________

Ingredients:                        Methods:

________________________________    ________________________________
________________________________    ________________________________
________________________________    ________________________________
________________________________    ________________________________
________________________________    ________________________________
________________________________    ________________________________
________________________________    ________________________________
________________________________    ________________________________
________________________________    ________________________________
________________________________    ________________________________
________________________________    ________________________________
________________________________    ________________________________
________________________________    ________________________________
________________________________    ________________________________
________________________________    ________________________________
________________________________    ________________________________
________________________________    ________________________________

Wine Pairing: ___________________________________

From the Kitchen of: ____________________________

Recipe:

Serving:                          Prep Time:

Cook Time:                        Temperature:

Ingredients:                      Methods:

Wine Pairing:

From the Kitchen of:

Recipe:

Serving:                          Prep Time:

Cook Time:                        Temperature:

Ingredients:                      Methods:

Wine Pairing:

From the Kitchen of:

Recipe: _______________________________________

Serving: ___________________    Prep Time: ___________________

Cook Time: ___________________    Temperature: ___________________

Ingredients:

_______________________________________
_______________________________________
_______________________________________
_______________________________________
_______________________________________
_______________________________________
_______________________________________
_______________________________________
_______________________________________
_______________________________________
_______________________________________
_______________________________________
_______________________________________
_______________________________________
_______________________________________
_______________________________________
_______________________________________
_______________________________________
_______________________________________

Methods:

_______________________________________
_______________________________________
_______________________________________
_______________________________________
_______________________________________
_______________________________________
_______________________________________
_______________________________________
_______________________________________
_______________________________________
_______________________________________
_______________________________________
_______________________________________
_______________________________________
_______________________________________
_______________________________________
_______________________________________
_______________________________________
_______________________________________

Wine Pairing: _______________________________________

From the Kitchen of: _______________________________________

Recipe: _______________________________

Serving: _______________     Prep Time: _______________

Cook Time: _______________     Temperature: _______________

Ingredients:                      Methods:

____________________        ____________________
____________________        ____________________
____________________        ____________________
____________________        ____________________
____________________        ____________________
____________________        ____________________
____________________        ____________________
____________________        ____________________
____________________        ____________________
____________________        ____________________
____________________        ____________________
____________________        ____________________
____________________        ____________________
____________________        ____________________
____________________        ____________________
____________________        ____________________
____________________        ____________________
____________________        ____________________

Wine Pairing: _______________________________

From the Kitchen of: _______________________________

Recipe:

Serving:                          Prep Time:

Cook Time:                        Temperature:

Ingredients:                      Methods:

Wine Pairing:

From the Kitchen of:

Recipe: ___________________________

Serving: _______________        Prep Time: _______________

Cook Time: _______________        Temperature: _______________

Ingredients:                    Methods:

___________________________     ___________________________
___________________________     ___________________________
___________________________     ___________________________
___________________________     ___________________________
___________________________     ___________________________
___________________________     ___________________________
___________________________     ___________________________
___________________________     ___________________________
___________________________     ___________________________
___________________________     ___________________________
___________________________     ___________________________
___________________________     ___________________________
___________________________     ___________________________
___________________________     ___________________________
___________________________     ___________________________
___________________________     ___________________________
___________________________     ___________________________
___________________________     ___________________________

Wine Pairing: ___________________________

From the Kitchen of: ___________________________

Recipe:

Serving:

Prep Time:

Cook Time:

Temperature:

Ingredients:

Methods:

Wine Pairing:

From the Kitchen of:

Recipe: ___________________

Serving: ___________________          Prep Time: ___________________

Cook Time: ___________________        Temperature: ___________________

Ingredients:                          Methods:

___________________                   ___________________
___________________                   ___________________
___________________                   ___________________
___________________                   ___________________
___________________                   ___________________
___________________                   ___________________
___________________                   ___________________
___________________                   ___________________
___________________                   ___________________
___________________                   ___________________
___________________                   ___________________
___________________                   ___________________
___________________                   ___________________
___________________                   ___________________
___________________                   ___________________
___________________                   ___________________
___________________                   ___________________
___________________                   ___________________
___________________                   ___________________

Wine Pairing: ___________________

From the Kitchen of: ___________________

Recipe: ______________________________

Serving: _______________  Prep Time: _______________

Cook Time: _______________  Temperature: _______________

Ingredients:  Methods:

_______________  _______________
_______________  _______________
_______________  _______________
_______________  _______________
_______________  _______________
_______________  _______________
_______________  _______________
_______________  _______________
_______________  _______________
_______________  _______________
_______________  _______________
_______________  _______________
_______________  _______________
_______________  _______________
_______________  _______________
_______________  _______________
_______________  _______________
_______________  _______________
_______________  _______________
_______________  _______________

Wine Pairing: _______________________________

From the Kitchen of: _______________________________

Recipe: ______________________________

Serving: ______________     Prep Time: ______________

Cook Time: ______________     Temperature: ______________

Ingredients:                    Methods:

_______________________    _______________________
_______________________    _______________________
_______________________    _______________________
_______________________    _______________________
_______________________    _______________________
_______________________    _______________________
_______________________    _______________________
_______________________    _______________________
_______________________    _______________________
_______________________    _______________________
_______________________    _______________________
_______________________    _______________________
_______________________    _______________________
_______________________    _______________________
_______________________    _______________________
_______________________    _______________________
_______________________    _______________________
_______________________    _______________________
_______________________    _______________________

Wine Pairing: ______________________________

From the Kitchen of: ______________________________

Recipe:

Serving:        Prep Time:

Cook Time:        Temperature:

Ingredients:        Methods:

Wine Pairing:

From the Kitchen of:

Recipe:

Serving:

Prep Time:

Cook Time:

Temperature:

Ingredients:

Methods:

Wine Pairing:

From the Kitchen of:

Recipe:

Serving:                                    Prep Time:

Cook Time:                                  Temperature:

Ingredients:                                Methods:

Wine Pairing:

From the Kitchen of:

Recipe:

Serving:                                    Prep Time:

Cook Time:                                  Temperature:

Ingredients:                                Methods:

Wine Pairing:

From the Kitchen of:

Recipe: ___________________________

Serving: _______________          Prep Time: _______________

Cook Time: _______________          Temperature: _______________

Ingredients:                          Methods:

_______________                       _______________
_______________                       _______________
_______________                       _______________
_______________                       _______________
_______________                       _______________
_______________                       _______________
_______________                       _______________
_______________                       _______________
_______________                       _______________
_______________                       _______________
_______________                       _______________
_______________                       _______________
_______________                       _______________
_______________                       _______________
_______________                       _______________
_______________                       _______________
_______________                       _______________

Wine Pairing: _______________

From the Kitchen of: _______________

Recipe: ___________________________

Serving: ___________________  Prep Time: ___________________

Cook Time: _________________  Temperature: _________________

Ingredients:                   Methods:

_______________________        _______________________
_______________________        _______________________
_______________________        _______________________
_______________________        _______________________
_______________________        _______________________
_______________________        _______________________
_______________________        _______________________
_______________________        _______________________
_______________________        _______________________
_______________________        _______________________
_______________________        _______________________
_______________________        _______________________
_______________________        _______________________
_______________________        _______________________
_______________________        _______________________
_______________________        _______________________
_______________________        _______________________
_______________________        _______________________

Wine Pairing: ___________________________

From the Kitchen of: ___________________________

Recipe:

Serving:

Prep Time:

Cook Time:

Temperature:

Ingredients:

Methods:

Wine Pairing:

From the Kitchen of:

Recipe:

Serving:

Prep Time:

Cook Time:

Temperature:

Ingredients:

Methods:

Wine Pairing:

From the Kitchen of:

Recipe: ___________________________________

Serving: _______________________  Prep Time: _______________________

Cook Time: _____________________  Temperature: _____________________

Ingredients:

_______________________________

_______________________________

_______________________________

_______________________________

_______________________________

_______________________________

_______________________________

_______________________________

_______________________________

_______________________________

_______________________________

_______________________________

_______________________________

_______________________________

_______________________________

_______________________________

_______________________________

_______________________________

_______________________________

Methods:

_______________________________

_______________________________

_______________________________

_______________________________

_______________________________

_______________________________

_______________________________

_______________________________

_______________________________

_______________________________

_______________________________

_______________________________

_______________________________

_______________________________

_______________________________

_______________________________

_______________________________

_______________________________

_______________________________

Wine Pairing: _____________________________________

From the Kitchen of: ______________________________

Recipe:

Serving:

Prep Time:

Cook Time:

Temperature:

Ingredients:

Methods:

Wine Pairing:

From the Kitchen of:

Recipe:

Serving:                          Prep Time:

Cook Time:                        Temperature:

Ingredients:                      Methods:

Wine Pairing:

From the Kitchen of:

Recipe: ___________________________________________

Serving: _______________________  Prep Time: _______________________

Cook Time: _____________________  Temperature: _____________________

Ingredients:                       Methods:

_______________________________    _______________________________

_______________________________    _______________________________

_______________________________    _______________________________

_______________________________    _______________________________

_______________________________    _______________________________

_______________________________    _______________________________

_______________________________    _______________________________

_______________________________    _______________________________

_______________________________    _______________________________

_______________________________    _______________________________

_______________________________    _______________________________

_______________________________    _______________________________

_______________________________    _______________________________

_______________________________    _______________________________

_______________________________    _______________________________

_______________________________    _______________________________

Wine Pairing: _____________________________________

From the Kitchen of: ______________________________

Recipe: ______________________________

Serving: ______________________    Prep Time: ______________________

Cook Time: ______________________    Temperature: ______________________

Ingredients:

_______________________________________

_______________________________________

_______________________________________

_______________________________________

_______________________________________

_______________________________________

_______________________________________

_______________________________________

_______________________________________

_______________________________________

_______________________________________

_______________________________________

_______________________________________

_______________________________________

_______________________________________

_______________________________________

_______________________________________

Methods:

_______________________________________

_______________________________________

_______________________________________

_______________________________________

_______________________________________

_______________________________________

_______________________________________

_______________________________________

_______________________________________

_______________________________________

_______________________________________

_______________________________________

_______________________________________

_______________________________________

_______________________________________

_______________________________________

_______________________________________

Wine Pairing: ______________________________

From the Kitchen of: ______________________________

Recipe:

Serving:                                              Prep Time:

Cook Time:                                            Temperature:

Ingredients:                                          Methods:

Wine Pairing:

From the Kitchen of:

Recipe:

Serving:                          Prep Time:

Cook Time:                        Temperature:

Ingredients:                      Methods:

Wine Pairing:

From the Kitchen of:

Recipe: _______________________________

Serving: ___________________    Prep Time: ___________________

Cook Time: ___________________    Temperature: ___________________

Ingredients:

_______________________________

_______________________________

_______________________________

_______________________________

_______________________________

_______________________________

_______________________________

_______________________________

_______________________________

_______________________________

_______________________________

_______________________________

_______________________________

_______________________________

_______________________________

_______________________________

_______________________________

_______________________________

Methods:

_______________________________

_______________________________

_______________________________

_______________________________

_______________________________

_______________________________

_______________________________

_______________________________

_______________________________

_______________________________

_______________________________

_______________________________

_______________________________

_______________________________

_______________________________

_______________________________

_______________________________

_______________________________

Wine Pairing: ___________________________________________

From the Kitchen of: ___________________________________________

Recipe: ___________________________

Serving: _____________    Prep Time: _____________

Cook Time: _____________    Temperature: _____________

Ingredients:

________________________________
________________________________
________________________________
________________________________
________________________________
________________________________
________________________________
________________________________
________________________________
________________________________
________________________________
________________________________
________________________________
________________________________
________________________________
________________________________
________________________________
________________________________

Methods:

________________________________
________________________________
________________________________
________________________________
________________________________
________________________________
________________________________
________________________________
________________________________
________________________________
________________________________
________________________________
________________________________
________________________________
________________________________
________________________________
________________________________
________________________________

Wine Pairing: ___________________________

From the Kitchen of: ___________________________

Recipe: ___________________________________

Serving: _______________________    Prep Time: _______________________

Cook Time: _______________________    Temperature: _______________________

Ingredients:

_______________________________________

_______________________________________

_______________________________________

_______________________________________

_______________________________________

_______________________________________

_______________________________________

_______________________________________

_______________________________________

_______________________________________

_______________________________________

_______________________________________

_______________________________________

_______________________________________

_______________________________________

_______________________________________

_______________________________________

Methods:

_______________________________________

_______________________________________

_______________________________________

_______________________________________

_______________________________________

_______________________________________

_______________________________________

_______________________________________

_______________________________________

_______________________________________

_______________________________________

_______________________________________

_______________________________________

_______________________________________

_______________________________________

_______________________________________

_______________________________________

Wine Pairing: _______________________________________

From the Kitchen of: _______________________________________

Recipe:

Serving:

Prep Time:

Cook Time:

Temperature:

Ingredients:

Methods:

Wine Pairing:

From the Kitchen of:

Recipe:

Serving:                                    Prep Time:

Cook Time:                                  Temperature:

Ingredients:                                Methods:

Wine Pairing:

From the Kitchen of:

Recipe: ___________________________________________

Serving: ___________________   Prep Time: ___________________

Cook Time: ___________________   Temperature: ___________________

Ingredients:

___________________________________________
___________________________________________
___________________________________________
___________________________________________
___________________________________________
___________________________________________
___________________________________________
___________________________________________
___________________________________________
___________________________________________
___________________________________________
___________________________________________
___________________________________________
___________________________________________
___________________________________________
___________________________________________
___________________________________________
___________________________________________

Methods:

___________________________________________
___________________________________________
___________________________________________
___________________________________________
___________________________________________
___________________________________________
___________________________________________
___________________________________________
___________________________________________
___________________________________________
___________________________________________
___________________________________________
___________________________________________
___________________________________________
___________________________________________
___________________________________________
___________________________________________
___________________________________________

Wine Pairing: ___________________________________________

From the Kitchen of: ___________________________________________

Recipe:

Serving:

Prep Time:

Cook Time:

Temperature:

Ingredients:

Methods:

Wine Pairing:

From the Kitchen of:

Recipe: ______________________________

Serving: ______________        Prep Time: ______________

Cook Time: ______________        Temperature: ______________

Ingredients:

_______________________________
_______________________________
_______________________________
_______________________________
_______________________________
_______________________________
_______________________________
_______________________________
_______________________________
_______________________________
_______________________________
_______________________________
_______________________________
_______________________________
_______________________________
_______________________________
_______________________________
_______________________________
_______________________________

Methods:

_______________________________
_______________________________
_______________________________
_______________________________
_______________________________
_______________________________
_______________________________
_______________________________
_______________________________
_______________________________
_______________________________
_______________________________
_______________________________
_______________________________
_______________________________
_______________________________
_______________________________
_______________________________
_______________________________

Wine Pairing: ______________________________

From the Kitchen of: ______________________________

Recipe: ______________________________

Serving: __________________    Prep Time: __________________

Cook Time: __________________    Temperature: __________________

Ingredients:    Methods:

__________________    __________________

__________________    __________________

__________________    __________________

__________________    __________________

__________________    __________________

__________________    __________________

__________________    __________________

__________________    __________________

__________________    __________________

__________________    __________________

__________________    __________________

__________________    __________________

__________________    __________________

__________________    __________________

__________________    __________________

__________________    __________________

__________________    __________________

__________________    __________________

Wine Pairing: ______________________________

From the Kitchen of: ______________________________

Recipe:

Serving:                                Prep Time:

Cook Time:                              Temperature:

Ingredients:                            Methods:

Wine Pairing:

From the Kitchen of:

Recipe:

Serving:                                    Prep Time:

Cook Time:                                  Temperature:

Ingredients:                                Methods:

Wine Pairing:

From the Kitchen of:

Recipe:

Serving:

Prep Time:

Cook Time:

Temperature:

Ingredients:

Methods:

Wine Pairing:

From the Kitchen of:

Recipe:

Serving:                           Prep Time:

Cook Time:                         Temperature:

Ingredients:                       Methods:

Wine Pairing:

From the Kitchen of:

Recipe: _______________________________

Serving: _______________________    Prep Time: _______________________

Cook Time: _____________________    Temperature: _____________________

Ingredients:                         Methods:

_______________________________     _______________________________
_______________________________     _______________________________
_______________________________     _______________________________
_______________________________     _______________________________
_______________________________     _______________________________
_______________________________     _______________________________
_______________________________     _______________________________
_______________________________     _______________________________
_______________________________     _______________________________
_______________________________     _______________________________
_______________________________     _______________________________
_______________________________     _______________________________
_______________________________     _______________________________
_______________________________     _______________________________
_______________________________     _______________________________
_______________________________     _______________________________
_______________________________     _______________________________
_______________________________     _______________________________

Wine Pairing: __________________________

From the Kitchen of: ___________________

Recipe: ______________________________

Serving: ____________________     Prep Time: ____________________

Cook Time: ____________________     Temperature: ____________________

Ingredients:     Methods:

Wine Pairing: ______________________________

From the Kitchen of: ______________________________

Recipe: ___________________________________

Serving: _______________        Prep Time: _______________

Cook Time: _______________        Temperature: _______________

Ingredients:

______________________________        Methods:

______________________________        ______________________________

______________________________        ______________________________

______________________________        ______________________________

______________________________        ______________________________

______________________________        ______________________________

______________________________        ______________________________

______________________________        ______________________________

______________________________        ______________________________

______________________________        ______________________________

______________________________        ______________________________

______________________________        ______________________________

______________________________        ______________________________

______________________________        ______________________________

______________________________        ______________________________

______________________________        ______________________________

______________________________        ______________________________

Wine Pairing: ___________________________________

From the Kitchen of: _______________________________

Recipe: ______________________________

Serving: ______________________    Prep Time: ______________________

Cook Time: ____________________    Temperature: ____________________

Ingredients:                       Methods:

____________________________       ____________________________
____________________________       ____________________________
____________________________       ____________________________
____________________________       ____________________________
____________________________       ____________________________
____________________________       ____________________________
____________________________       ____________________________
____________________________       ____________________________
____________________________       ____________________________
____________________________       ____________________________
____________________________       ____________________________
____________________________       ____________________________
____________________________       ____________________________
____________________________       ____________________________
____________________________       ____________________________
____________________________       ____________________________
____________________________       ____________________________
____________________________       ____________________________

Wine Pairing: ________________________________________

From the Kitchen of: _________________________________

Recipe: ______________________________________________

Serving: _______________________     Prep Time: _______________________

Cook Time: _______________________     Temperature: _______________________

Ingredients:     Methods:

Wine Pairing: ______________________________________________

From the Kitchen of: ______________________________________________

Recipe: ___________________________________________

Serving: ___________________     Prep Time: ___________________

Cook Time: _________________     Temperature: _________________

Ingredients:                     Methods:

_____________________________    _____________________________
_____________________________    _____________________________
_____________________________    _____________________________
_____________________________    _____________________________
_____________________________    _____________________________
_____________________________    _____________________________
_____________________________    _____________________________
_____________________________    _____________________________
_____________________________    _____________________________
_____________________________    _____________________________
_____________________________    _____________________________
_____________________________    _____________________________
_____________________________    _____________________________
_____________________________    _____________________________
_____________________________    _____________________________
_____________________________    _____________________________
_____________________________    _____________________________
_____________________________    _____________________________
_____________________________    _____________________________

Wine Pairing: ______________________________________

From the Kitchen of: _______________________________

Recipe:

Serving:

Prep Time:

Cook Time:

Temperature:

Ingredients:

Methods:

Wine Pairing:

From the Kitchen of:

Recipe:

Serving:

Prep Time:

Cook Time:

Temperature:

Ingredients:

Methods:

Wine Pairing:

From the Kitchen of:

Recipe:

Serving:

Prep Time:

Cook Time:

Temperature:

Ingredients:

Methods:

Wine Pairing:

From the Kitchen of:

Recipe: ______________________

Serving: ______________________        Prep Time: ______________________

Cook Time: ______________________      Temperature: ______________________

Ingredients:                            Methods:

______________________                  ______________________
______________________                  ______________________
______________________                  ______________________
______________________                  ______________________
______________________                  ______________________
______________________                  ______________________
______________________                  ______________________
______________________                  ______________________
______________________                  ______________________
______________________                  ______________________
______________________                  ______________________
______________________                  ______________________
______________________                  ______________________
______________________                  ______________________
______________________                  ______________________
______________________                  ______________________
______________________                  ______________________
______________________                  ______________________

Wine Pairing: ______________________

From the Kitchen of: ______________________

Recipe: ___________________________

Serving: _______________     Prep Time: _______________

Cook Time: _______________     Temperature: _______________

Ingredients:

_______________________________________________
_______________________________________________
_______________________________________________
_______________________________________________
_______________________________________________
_______________________________________________
_______________________________________________
_______________________________________________
_______________________________________________
_______________________________________________
_______________________________________________
_______________________________________________
_______________________________________________
_______________________________________________
_______________________________________________
_______________________________________________
_______________________________________________
_______________________________________________

Methods:

_______________________________________________
_______________________________________________
_______________________________________________
_______________________________________________
_______________________________________________
_______________________________________________
_______________________________________________
_______________________________________________
_______________________________________________
_______________________________________________
_______________________________________________
_______________________________________________
_______________________________________________
_______________________________________________
_______________________________________________
_______________________________________________
_______________________________________________
_______________________________________________

Wine Pairing: _______________________________________________

From the Kitchen of: _______________________________________________

Recipe: ___________________________

Serving: _______________          Prep Time: _______________

Cook Time: _______________        Temperature: _______________

Ingredients:                      Methods:
____________________________      ____________________________
____________________________      ____________________________
____________________________      ____________________________
____________________________      ____________________________
____________________________      ____________________________
____________________________      ____________________________
____________________________      ____________________________
____________________________      ____________________________
____________________________      ____________________________
____________________________      ____________________________
____________________________      ____________________________
____________________________      ____________________________
____________________________      ____________________________
____________________________      ____________________________
____________________________      ____________________________
____________________________      ____________________________
____________________________      ____________________________
____________________________      ____________________________
____________________________      ____________________________

Wine Pairing: ___________________________

From the Kitchen of: ___________________________

Recipe: ___________________________________

Serving: _____________________    Prep Time: _____________________

Cook Time: _____________________    Temperature: _____________________

Ingredients:                          Methods:

_______________________________       _______________________________

_______________________________       _______________________________

_______________________________       _______________________________

_______________________________       _______________________________

_______________________________       _______________________________

_______________________________       _______________________________

_______________________________       _______________________________

_______________________________       _______________________________

_______________________________       _______________________________

_______________________________       _______________________________

_______________________________       _______________________________

_______________________________       _______________________________

_______________________________       _______________________________

_______________________________       _______________________________

_______________________________       _______________________________

_______________________________       _______________________________

_______________________________       _______________________________

Wine Pairing: _____________________________________

From the Kitchen of: _____________________________________

Recipe:

Serving:

Prep Time:

Cook Time:

Temperature:

Ingredients:

Methods:

Wine Pairing:

From the Kitchen of:

Recipe:

Serving:                          Prep Time:

Cook Time:                        Temperature:

Ingredients:                      Methods:

Wine Pairing:

From the Kitchen of:

Recipe:

Serving:                                    Prep Time:

Cook Time:                                  Temperature:

Ingredients:                                Methods:

Wine Pairing:

From the Kitchen of:

Recipe: _______________________________

Serving: _______________  Prep Time: _______________

Cook Time: _______________  Temperature: _______________

Ingredients:

_______________________________
_______________________________
_______________________________
_______________________________
_______________________________
_______________________________
_______________________________
_______________________________
_______________________________
_______________________________
_______________________________
_______________________________
_______________________________
_______________________________
_______________________________
_______________________________
_______________________________
_______________________________

Methods:

_______________________________
_______________________________
_______________________________
_______________________________
_______________________________
_______________________________
_______________________________
_______________________________
_______________________________
_______________________________
_______________________________
_______________________________
_______________________________
_______________________________
_______________________________
_______________________________
_______________________________
_______________________________

Wine Pairing: _______________________________

From the Kitchen of: _______________________________

Recipe:

Serving:

Prep Time:

Cook Time:

Temperature:

Ingredients:

Methods:

Wine Pairing:

From the Kitchen of:

Recipe:

Serving:

Prep Time:

Cook Time:

Temperature:

Ingredients:

Methods:

Wine Pairing:

From the Kitchen of:

Recipe:

Serving:

Prep Time:

Cook Time:

Temperature:

Ingredients:

Methods:

Wine Pairing:

From the Kitchen of:

Recipe: ___________________________________

Serving: ___________________     Prep Time: ___________________

Cook Time: ___________________     Temperature: ___________________

Ingredients:                        Methods:

________________________            ________________________
________________________            ________________________
________________________            ________________________
________________________            ________________________
________________________            ________________________
________________________            ________________________
________________________            ________________________
________________________            ________________________
________________________            ________________________
________________________            ________________________
________________________            ________________________
________________________            ________________________
________________________            ________________________
________________________            ________________________
________________________            ________________________
________________________            ________________________
________________________            ________________________
________________________            ________________________

Wine Pairing: ___________________________________

From the Kitchen of: ___________________________________

Recipe: _______________________________

Serving: _______________          Prep Time: _______________

Cook Time: _______________          Temperature: _______________

Ingredients:                          Methods:

_______________________          _______________________
_______________________          _______________________
_______________________          _______________________
_______________________          _______________________
_______________________          _______________________
_______________________          _______________________
_______________________          _______________________
_______________________          _______________________
_______________________          _______________________
_______________________          _______________________
_______________________          _______________________
_______________________          _______________________
_______________________          _______________________
_______________________          _______________________
_______________________          _______________________
_______________________          _______________________
_______________________          _______________________
_______________________          _______________________

Wine Pairing: _______________________________

From the Kitchen of: _______________________________

Recipe: _______________________________

Serving: _________________    Prep Time: _________________

Cook Time: _________________    Temperature: _________________

Ingredients:    Methods:

Wine Pairing: _______________________________

From the Kitchen of: _______________________________

Recipe: _______________________________

Serving: _______________    Prep Time: _______________

Cook Time: _______________    Temperature: _______________

Ingredients:
_______________________________
_______________________________
_______________________________
_______________________________
_______________________________
_______________________________
_______________________________
_______________________________
_______________________________
_______________________________
_______________________________
_______________________________
_______________________________
_______________________________
_______________________________
_______________________________
_______________________________

Methods:
_______________________________
_______________________________
_______________________________
_______________________________
_______________________________
_______________________________
_______________________________
_______________________________
_______________________________
_______________________________
_______________________________
_______________________________
_______________________________
_______________________________
_______________________________
_______________________________
_______________________________

Wine Pairing: _______________________________

From the Kitchen of: _______________________________

Recipe:

Serving:                                Prep Time:

Cook Time:                              Temperature:

Ingredients:                            Methods:

Wine Pairing:

From the Kitchen of:

Recipe: _______________________________

Serving: _______________________    Prep Time: _______________________

Cook Time: _______________________    Temperature: _______________________

Ingredients:

_______________________________
_______________________________
_______________________________
_______________________________
_______________________________
_______________________________
_______________________________
_______________________________
_______________________________
_______________________________
_______________________________
_______________________________
_______________________________
_______________________________
_______________________________
_______________________________
_______________________________

Methods:

_______________________________
_______________________________
_______________________________
_______________________________
_______________________________
_______________________________
_______________________________
_______________________________
_______________________________
_______________________________
_______________________________
_______________________________
_______________________________
_______________________________
_______________________________
_______________________________
_______________________________

Wine Pairing: _______________________________

From the Kitchen of: _______________________________

Recipe:

Serving:                                          Prep Time:

Cook Time:                                        Temperature:

Ingredients:                                      Methods:

Wine Pairing:

From the Kitchen of:

Recipe: _______________________

Serving: _______________________        Prep Time: _______________________

Cook Time: _______________________       Temperature: _______________________

Ingredients:                              Methods:

_______________________                   _______________________
_______________________                   _______________________
_______________________                   _______________________
_______________________                   _______________________
_______________________                   _______________________
_______________________                   _______________________
_______________________                   _______________________
_______________________                   _______________________
_______________________                   _______________________
_______________________                   _______________________
_______________________                   _______________________
_______________________                   _______________________
_______________________                   _______________________
_______________________                   _______________________
_______________________                   _______________________
_______________________                   _______________________
_______________________                   _______________________

Wine Pairing: _______________________

From the Kitchen of: _______________________

Recipe: _______________________________

Serving: _______________    Prep Time: _______________

Cook Time: _______________    Temperature: _______________

Ingredients:

________________________________________

________________________________________

________________________________________

________________________________________

________________________________________

________________________________________

________________________________________

________________________________________

________________________________________

________________________________________

________________________________________

________________________________________

________________________________________

________________________________________

________________________________________

________________________________________

________________________________________

________________________________________

Methods:

________________________________________

________________________________________

________________________________________

________________________________________

________________________________________

________________________________________

________________________________________

________________________________________

________________________________________

________________________________________

________________________________________

________________________________________

________________________________________

________________________________________

________________________________________

________________________________________

________________________________________

________________________________________

Wine Pairing: _______________________________

From the Kitchen of: _______________________________

Recipe:

Serving:

Prep Time:

Cook Time:

Temperature:

Ingredients:

Methods:

Wine Pairing:

From the Kitchen of:

Recipe:

Serving:                                    Prep Time:

Cook Time:                                  Temperature:

Ingredients:                                Methods:

Wine Pairing:

From the Kitchen of:

Recipe:

Serving:                                Prep Time:

Cook Time:                              Temperature:

Ingredients:                            Methods:

Wine Pairing:

From the Kitchen of:

Recipe:

Serving:

Prep Time:

Cook Time:

Temperature:

Ingredients:

Methods:

Wine Pairing:

From the Kitchen of:

Recipe: _______________________________

Serving: _______________        Prep Time: _______________

Cook Time: _______________        Temperature: _______________

Ingredients:                    Methods:

_______________________        _______________________
_______________________        _______________________
_______________________        _______________________
_______________________        _______________________
_______________________        _______________________
_______________________        _______________________
_______________________        _______________________
_______________________        _______________________
_______________________        _______________________
_______________________        _______________________
_______________________        _______________________
_______________________        _______________________
_______________________        _______________________
_______________________        _______________________
_______________________        _______________________
_______________________        _______________________
_______________________        _______________________
_______________________        _______________________

Wine Pairing: _______________________________

From the Kitchen of: _______________________________

Recipe: ___________________________________________

Serving: ________________    Prep Time: ________________

Cook Time: ________________    Temperature: ________________

Ingredients:                    Methods:

___________________________    ___________________________
___________________________    ___________________________
___________________________    ___________________________
___________________________    ___________________________
___________________________    ___________________________
___________________________    ___________________________
___________________________    ___________________________
___________________________    ___________________________
___________________________    ___________________________
___________________________    ___________________________
___________________________    ___________________________
___________________________    ___________________________
___________________________    ___________________________
___________________________    ___________________________
___________________________    ___________________________
___________________________    ___________________________
___________________________    ___________________________
___________________________    ___________________________

Wine Pairing: ___________________________________________

From the Kitchen of: ___________________________________

Recipe:

Serving:                                Prep Time:

Cook Time:                              Temperature:

Ingredients:                            Methods:

Wine Pairing:

From the Kitchen of:

Recipe:

Serving:                              Prep Time:

Cook Time:                           Temperature:

Ingredients:                         Methods:

Wine Pairing:

From the Kitchen of:

Recipe: ___________________________

Serving: _______________   Prep Time: _______________

Cook Time: _______________   Temperature: _______________

Ingredients:

___________________________
___________________________
___________________________
___________________________
___________________________
___________________________
___________________________
___________________________
___________________________
___________________________
___________________________
___________________________
___________________________
___________________________
___________________________
___________________________
___________________________

Methods:

___________________________
___________________________
___________________________
___________________________
___________________________
___________________________
___________________________
___________________________
___________________________
___________________________
___________________________
___________________________
___________________________
___________________________
___________________________
___________________________
___________________________

Wine Pairing: ___________________________

From the Kitchen of: ___________________________

Recipe: _______________________________________

Serving: _______________________    Prep Time: _______________________

Cook Time: _______________________    Temperature: _______________________

Ingredients:

_______________________________________
_______________________________________
_______________________________________
_______________________________________
_______________________________________
_______________________________________
_______________________________________
_______________________________________
_______________________________________
_______________________________________
_______________________________________
_______________________________________
_______________________________________
_______________________________________
_______________________________________
_______________________________________
_______________________________________
_______________________________________

Methods:

_______________________________________
_______________________________________
_______________________________________
_______________________________________
_______________________________________
_______________________________________
_______________________________________
_______________________________________
_______________________________________
_______________________________________
_______________________________________
_______________________________________
_______________________________________
_______________________________________
_______________________________________
_______________________________________
_______________________________________
_______________________________________

Wine Pairing: _______________________________________

From the Kitchen of: _______________________________________

Recipe: _______________________________

Serving: _______________________    Prep Time: _______________________

Cook Time: _______________________    Temperature: _______________________

Ingredients:

_______________________________

_______________________________

_______________________________

_______________________________

_______________________________

_______________________________

_______________________________

_______________________________

_______________________________

_______________________________

_______________________________

_______________________________

_______________________________

_______________________________

_______________________________

_______________________________

_______________________________

_______________________________

Methods:

_______________________________

_______________________________

_______________________________

_______________________________

_______________________________

_______________________________

_______________________________

_______________________________

_______________________________

_______________________________

_______________________________

_______________________________

_______________________________

_______________________________

_______________________________

_______________________________

_______________________________

_______________________________

Wine Pairing: _______________________________

From the Kitchen of: _______________________________

Recipe:

Serving:                                    Prep Time:

Cook Time:                                  Temperature:

Ingredients:                                Methods:

Wine Pairing:

From the Kitchen of:

Recipe: _______________________________

Serving: _______________________     Prep Time: _______________________

Cook Time: _____________________     Temperature: ____________________

Ingredients:                         Methods:

_______________________________      _______________________________
_______________________________      _______________________________
_______________________________      _______________________________
_______________________________      _______________________________
_______________________________      _______________________________
_______________________________      _______________________________
_______________________________      _______________________________
_______________________________      _______________________________
_______________________________      _______________________________
_______________________________      _______________________________
_______________________________      _______________________________
_______________________________      _______________________________
_______________________________      _______________________________
_______________________________      _______________________________
_______________________________      _______________________________
_______________________________      _______________________________
_______________________________      _______________________________
_______________________________      _______________________________

Wine Pairing: __________________________________________________

From the Kitchen of: ___________________________________________

Recipe:

Serving:

Prep Time:

Cook Time:

Temperature:

Ingredients:

Methods:

Wine Pairing:

From the Kitchen of:

Recipe: _______________________

Serving: _______________  Prep Time: _______________

Cook Time: _______________  Temperature: _______________

Ingredients:

_______________________
_______________________
_______________________
_______________________
_______________________
_______________________
_______________________
_______________________
_______________________
_______________________
_______________________
_______________________
_______________________
_______________________
_______________________
_______________________
_______________________

Methods:

_______________________
_______________________
_______________________
_______________________
_______________________
_______________________
_______________________
_______________________
_______________________
_______________________
_______________________
_______________________
_______________________
_______________________
_______________________
_______________________
_______________________

Wine Pairing: _______________________

From the Kitchen of: _______________________

Recipe:

Serving:

Prep Time:

Cook Time:

Temperature:

Ingredients:

Methods:

Wine Pairing:

From the Kitchen of:

Recipe:

Serving:                                     Prep Time:

Cook Time:                                   Temperature:

Ingredients:                                 Methods:

Wine Pairing:

From the Kitchen of:

Recipe:

Serving:                                    Prep Time:

Cook Time:                                  Temperature:

Ingredients:                                Methods:

Wine Pairing:

From the Kitchen of:

Recipe: _______________________

Serving: _______________________    Prep Time: _______________________

Cook Time: _______________________    Temperature: _______________________

Ingredients:

_______________________
_______________________
_______________________
_______________________
_______________________
_______________________
_______________________
_______________________
_______________________
_______________________
_______________________
_______________________
_______________________
_______________________
_______________________
_______________________
_______________________
_______________________
_______________________

Methods:

_______________________
_______________________
_______________________
_______________________
_______________________
_______________________
_______________________
_______________________
_______________________
_______________________
_______________________
_______________________
_______________________
_______________________
_______________________
_______________________
_______________________
_______________________
_______________________

Wine Pairing: _______________________

From the Kitchen of: _______________________

Recipe:

Serving:

Prep Time:

Cook Time:

Temperature:

Ingredients:

Methods:

Wine Pairing:

From the Kitchen of:

Recipe: _______________________________

Serving: _______________________________   Prep Time: _______________________________

Cook Time: _______________________________   Temperature: _______________________________

Ingredients: _______________________________   Methods:

Wine Pairing: _______________________________

From the Kitchen of: _______________________________

Recipe:

Serving:                                    Prep Time:

Cook Time:                                  Temperature:

Ingredients:                                Methods:

Wine Pairing:

From the Kitchen of:

Recipe: ______________________________

Serving: ______________________   Prep Time: ______________________

Cook Time: ____________________   Temperature: ____________________

Ingredients: __________________   Methods: ________________________

________________________________   ________________________________

________________________________   ________________________________

________________________________   ________________________________

________________________________   ________________________________

________________________________   ________________________________

________________________________   ________________________________

________________________________   ________________________________

________________________________   ________________________________

________________________________   ________________________________

________________________________   ________________________________

________________________________   ________________________________

________________________________   ________________________________

________________________________   ________________________________

________________________________   ________________________________

________________________________   ________________________________

________________________________   ________________________________

________________________________   ________________________________

________________________________   ________________________________

Wine Pairing: ___________________________________________________

From the Kitchen of: ____________________________________________

Recipe: _______________________________

Serving: _______________        Prep Time: _______________

Cook Time: _______________      Temperature: _______________

Ingredients:                    Methods:

_______________________         _______________________
_______________________         _______________________
_______________________         _______________________
_______________________         _______________________
_______________________         _______________________
_______________________         _______________________
_______________________         _______________________
_______________________         _______________________
_______________________         _______________________
_______________________         _______________________
_______________________         _______________________
_______________________         _______________________
_______________________         _______________________
_______________________         _______________________
_______________________         _______________________
_______________________         _______________________
_______________________         _______________________
_______________________         _______________________

Wine Pairing: _______________________________

From the Kitchen of: _______________________________

Recipe: ______________________________________

Serving: ______________________     Prep Time: ______________________

Cook Time: ____________________     Temperature: ____________________

Ingredients:                        Methods:

______________________________      ______________________________
______________________________      ______________________________
______________________________      ______________________________
______________________________      ______________________________
______________________________      ______________________________
______________________________      ______________________________
______________________________      ______________________________
______________________________      ______________________________
______________________________      ______________________________
______________________________      ______________________________
______________________________      ______________________________
______________________________      ______________________________
______________________________      ______________________________
______________________________      ______________________________
______________________________      ______________________________
______________________________      ______________________________
______________________________      ______________________________
______________________________      ______________________________

Wine Pairing: _________________________________

From the Kitchen of: __________________________

Recipe:

Serving:

Prep Time:

Cook Time:

Temperature:

Ingredients:

Methods:

Wine Pairing:

From the Kitchen of:

Recipe: _______________________________

Serving: _______________    Prep Time: _______________

Cook Time: _______________    Temperature: _______________

Ingredients:

_______________________________
_______________________________
_______________________________
_______________________________
_______________________________
_______________________________
_______________________________
_______________________________
_______________________________
_______________________________
_______________________________
_______________________________
_______________________________
_______________________________
_______________________________
_______________________________
_______________________________
_______________________________

Methods:

_______________________________
_______________________________
_______________________________
_______________________________
_______________________________
_______________________________
_______________________________
_______________________________
_______________________________
_______________________________
_______________________________
_______________________________
_______________________________
_______________________________
_______________________________
_______________________________
_______________________________
_______________________________

Wine Pairing: _______________________________

From the Kitchen of: _______________________________

Recipe: ______________________________

Serving: _______________        Prep Time: _______________

Cook Time: _______________        Temperature: _______________

Ingredients:

________________________________________

________________________________________

________________________________________

________________________________________

________________________________________

________________________________________

________________________________________

________________________________________

________________________________________

________________________________________

________________________________________

________________________________________

________________________________________

________________________________________

________________________________________

________________________________________

________________________________________

________________________________________

________________________________________

________________________________________

Methods:

________________________________________

________________________________________

________________________________________

________________________________________

________________________________________

________________________________________

________________________________________

________________________________________

________________________________________

________________________________________

________________________________________

________________________________________

________________________________________

________________________________________

________________________________________

________________________________________

________________________________________

________________________________________

________________________________________

________________________________________

Wine Pairing: _______________________________

From the Kitchen of: _______________________________

Recipe:

Serving:

Prep Time:

Cook Time:

Temperature:

Ingredients:

Methods:

Wine Pairing:

From the Kitchen of:

Recipe:

Serving:                                   Prep Time:

Cook Time:                                 Temperature:

Ingredients:                               Methods:

Wine Pairing:

From the Kitchen of:

Recipe:

Serving:                          Prep Time:

Cook Time:                        Temperature:

Ingredients:                      Methods:

Wine Pairing:

From the Kitchen of:

Recipe: _______________________________________________

Serving: _______________________    Prep Time: _______________________

Cook Time: _______________________    Temperature: _______________________

Ingredients:

_______________________________________________
_______________________________________________
_______________________________________________
_______________________________________________
_______________________________________________
_______________________________________________
_______________________________________________
_______________________________________________
_______________________________________________
_______________________________________________
_______________________________________________
_______________________________________________
_______________________________________________
_______________________________________________
_______________________________________________
_______________________________________________
_______________________________________________
_______________________________________________

Methods:

_______________________________________________
_______________________________________________
_______________________________________________
_______________________________________________
_______________________________________________
_______________________________________________
_______________________________________________
_______________________________________________
_______________________________________________
_______________________________________________
_______________________________________________
_______________________________________________
_______________________________________________
_______________________________________________
_______________________________________________
_______________________________________________
_______________________________________________
_______________________________________________

Wine Pairing: _______________________________________________

From the Kitchen of: _______________________________________________

Recipe: ______________________

Serving: ______________________  Prep Time: ______________________

Cook Time: ______________________  Temperature: ______________________

Ingredients:

____________________________________

____________________________________

____________________________________

____________________________________

____________________________________

____________________________________

____________________________________

____________________________________

____________________________________

____________________________________

____________________________________

____________________________________

____________________________________

____________________________________

____________________________________

____________________________________

____________________________________

____________________________________

____________________________________

Methods:

____________________________________

____________________________________

____________________________________

____________________________________

____________________________________

____________________________________

____________________________________

____________________________________

____________________________________

____________________________________

____________________________________

____________________________________

____________________________________

____________________________________

____________________________________

____________________________________

____________________________________

____________________________________

____________________________________

Wine Pairing: ______________________

From the Kitchen of: ______________________

Recipe: _______________________________

Serving: _______________     Prep Time: _______________

Cook Time: _______________     Temperature: _______________

Ingredients:

_______________________________

_______________________________

_______________________________

_______________________________

_______________________________

_______________________________

_______________________________

_______________________________

_______________________________

_______________________________

_______________________________

_______________________________

_______________________________

_______________________________

_______________________________

_______________________________

_______________________________

_______________________________

Methods:

_______________________________

_______________________________

_______________________________

_______________________________

_______________________________

_______________________________

_______________________________

_______________________________

_______________________________

_______________________________

_______________________________

_______________________________

_______________________________

_______________________________

_______________________________

_______________________________

_______________________________

_______________________________

Wine Pairing: _______________________________

From the Kitchen of: _______________________________

Recipe: _______________________

Serving: _______________________        Prep Time: _______________________

Cook Time: _______________________      Temperature: _______________________

Ingredients:                             Methods:

_______________________                  _______________________
_______________________                  _______________________
_______________________                  _______________________
_______________________                  _______________________
_______________________                  _______________________
_______________________                  _______________________
_______________________                  _______________________
_______________________                  _______________________
_______________________                  _______________________
_______________________                  _______________________
_______________________                  _______________________
_______________________                  _______________________
_______________________                  _______________________
_______________________                  _______________________
_______________________                  _______________________
_______________________                  _______________________
_______________________                  _______________________

Wine Pairing: _______________________

From the Kitchen of: _______________________

Recipe:

Serving:                                        Prep Time:

Cook Time:                                      Temperature:

Ingredients:                                    Methods:

Wine Pairing:

From the Kitchen of:

Recipe:

Serving:

Prep Time:

Cook Time:

Temperature:

Ingredients:

Methods:

Wine Pairing:

From the Kitchen of:

Recipe:

Serving:

Prep Time:

Cook Time:

Temperature:

Ingredients:

Methods:

Wine Pairing:

From the Kitchen of:

Recipe:

Serving:                         Prep Time:

Cook Time:            Temperature:

Ingredients:               Methods:

Wine Pairing:

From the Kitchen of:

Recipe: _______________________________

Serving: _______________          Prep Time: _______________

Cook Time: _______________          Temperature: _______________

Ingredients:                          Methods:

_______________                       _______________
_______________                       _______________
_______________                       _______________
_______________                       _______________
_______________                       _______________
_______________                       _______________
_______________                       _______________
_______________                       _______________
_______________                       _______________
_______________                       _______________
_______________                       _______________
_______________                       _______________
_______________                       _______________
_______________                       _______________
_______________                       _______________
_______________                       _______________
_______________                       _______________

Wine Pairing: _______________________________

From the Kitchen of: _______________________________

Recipe: ______________________________

Serving: ______________________    Prep Time: ______________________

Cook Time: ____________________    Temperature: ____________________

Ingredients:                       Methods:

_______________________________    _______________________________
_______________________________    _______________________________
_______________________________    _______________________________
_______________________________    _______________________________
_______________________________    _______________________________
_______________________________    _______________________________
_______________________________    _______________________________
_______________________________    _______________________________
_______________________________    _______________________________
_______________________________    _______________________________
_______________________________    _______________________________
_______________________________    _______________________________
_______________________________    _______________________________
_______________________________    _______________________________
_______________________________    _______________________________
_______________________________    _______________________________
_______________________________    _______________________________
_______________________________    _______________________________

Wine Pairing: _________________________________________________

From the Kitchen of: __________________________________________